காத்திரு கனவே

இராம ஹரி பிரகாஷ்

புக் பெஞ்சர்ஸ்

காத்திரு கனவே
(கனவு களஞ்சியம்)
ஆசிரியர் © இராம ஹரி பிரகாஷ்

முதற்பதிப்பு 2021
பக்கங்கள் 57

Published by Book Benchers 2021

ISBN 978-93-5533-003-1

ThebookBenchers@gmail.com

Contact 9944992571

Affliated By
Aelay Publish
www.aelaypublish.com

முன்னுரை

இது கனவுகளின் களஞ்சியம். நிறைவேறாத கனவுகள் என்று சொல்வதை விட, நிறைவேற இருக்கும் கனவுகள் எனலாம். நேர்மறை எண்ணங்கள் மற்றும் சிந்தனைகள் எப்போதுமே கனவுகளை நிறைவேற்றவல்லது. ஆசை மட்டுமே இதன் அடிநாதம். தனக்கு இழைக்கப்பட்ட பாரபட்சம் என்ற கோபதாபமும், எனக்கு மட்டும் ஏன் இப்படி நடக்கிறது? என்ற நம்பிக்கையில்லா மனநிலை தனையும், சமூகம் சுமந்து கொண்டிருக்கும் தவறான பழக்கவழக்கத்தினையும் மாற்றியமைக்கக்கூடியது உங்கள் ஆழமான கனவுகள் என்றால் மிகையில்லை. 27 கவிஞர்கள் தங்கள் நிறைவேறவிருக்கும் 32 கனவுகளுக்கு கவிதை வடிவம் கொடுத்து இந்நூலினை கட்டமைத்து இருக்கிறார்கள் நான் உட்பட. தேடிப்பாருங்கள் உங்களது கனவுகள் கூட இங்கு ஒளிந்திருக்கலாம். வாசிப்பை நேசியுங்கள்!

இவர் இளம் தமிழ் ஆர்வலர் இராம ஹரி பிரகாஷ். தமிழன்னை வளர்த்திட்ட பிள்ளை. இயந்திரவியல் பொறியியல் பட்டதாரி. கவிதையின்பால் பேரன்பு கொண்டவர். தனிமையின் காதலன். புன்னகையின் பிறப்பிடம். அறத்தின் அன்பர். கூட்டத்தில் ஓர் கோமாளி. தோல்விகளின் தோழர். மகிழ்வித்து மகிழ்பவர். அனைவரது அன்பையும் பெற முயற்சிப்பவர். பொதுநலம் கொண்ட சுயநலவாதி.

இராம ஹரி பிரகாஷ்

இராம ஹரி பிரகாஷ்

அகத்திணுள்..

தேவதை(திருநங்கை)யின் கனவு

கைத்தட்டி வசைபாடி
காசு பறிப்பார்! - என்றெண்ணம் களை போல எடுத்திட்டு
வாழ்ந்திடு வோம்!

பேராசை பெரும்ஊழல்
யாம் அணுகார்! - எப்போதும்
இல்லார்க்கு கொடுத்திட்டு
வாழ்ந்திடு வோம்!

ஈருயிர் ஓர் உடலை
கொண்ட நிலை எமக்கு!
வரமன்றோ இறைவனே
என் செய்வேன் உமக்கு?

காளைகளும் பாவைகளும்
கேலி செய்து எம்மை
கொண்டதொரு பார்வை
இனி மாறவேண்டும்!

காத்திரு கனவே

நடுநிசியில் மிருகங்கள்
தேடாது வேண்டும்!
நங்கையினை தங்கையென
ஊர்ப்பார்க்க வேண்டும்!

நாடாளும் தகுதிதனை
நானேந்த வேண்டும்!
நாமென்ற எண்ணம்
நடுநாவில் வேண்டும்!

பாலினத்தில் பாரபட்சம்
ஏன் பார்க்க வேண்டும்!
பார்தனிலே வேற்றுமை
இல்லாது வேண்டும்!

மங்கையென அந்தஸ்து
மனம் மகிழ வேண்டும்!
மார்புரிஞ்சி பாலருந்த
மகப்பேறு வேண்டும்!

பேர் சொல்ல ஒரு
பிள்ளை போதாதெனக்கு!?
தாயாக,
பேரண்டம் பிரபஞ்சமெலாம் உரிதாகுமெனக்கு..
இவை யாவும் நனவாக
சமுதாயமே!
நீ மனம் மாற வேண்டும்..
மனமார வேண்டும்..!

இராம ஹரி பிரகாஷ் (தமிழ் தீவிரன் ஹபி)

இராம ஹரி பிரகாஷ்

குழந்தை வரம்!

நாள் நட்சத்திரம் நல்லாயிருக்க,
பெற்றோரும் சம்மதிக்க,
உற்றார் உறவினர் உடனிருக்க,
நண்பர்களும் துணையிருக்க,
கெட்டி மேளம் கொட்டி,
வாழ்த்து மழையில் நனைந்து,
பண்டிகையாய் நடந்து முடிந்தது
எங்கள் திருமணம்..

மூன்று திங்கள் முடிந்தபாடில்லை..
கேட்டுவிட்டாள் கிழவி ஒருத்தி
தம்பி ஏதும் விசேசமா??
ஐந்தாம் திங்கள் அடியெடுக்க,
அக்காள் ஒருத்தி கேட்டாள்
அவளுக்கு ஏதும் பிரச்சனையா?
மேலும் ஒரு குரல்!!
டாக்டர பாக்க வேண்டிதான?
இன்னும் எத்தனையோ குரல்கள்..

ஓராண்டு கடந்து விட்டோம்!
கேளாதோர் ஒருவரில்லை...
இல்லை என்று பதிலுரைத்த
தருண மெந்தன் உணவுக்குழலில்
பாதி உணவு மாட்டிக்கொண்ட
நிலை எனக்கு?

காத்திரு கனவே

இதை கண்டும், கேட்டும் நொந்து கொண்டு
தனிமைக்கு அழுகை படைத்த என் மனைவிக்கு
நித்தம் நித்தம் நரகம் பரிசு!

வாழ்வுதனில் எத்தனை இன்பம்?
அது யாவும் மறக்கடித்து,
தனிமை புதிய சொந்தக்காரன்!
இருள் எங்கள் நண்பன்!
ஏனையோர் எல்லாம் பகைமை
என்றானது...

சமூகம் பழி என்ற கல்லெறிந்து, காயம் பட்டது
இருதயத்தில்..
பிள்ளையொன்று பிறந்து எங்கள் சோகம் போக்க
வருமோ?
இல்லை,
பாலினத்தில் நொந்து கொண்டு
மேலும் இரணமாக்குமோ இந்த சமுதாயம்!!!

இந்நிலை மாறாதோ - எங்கள்
சோகம் தீராதோ?
அல்லும் பகலும் இதுவே கனவு!
முடிந்தால் இறைவா நீயாவதுதவு!!

இராம ஹரி பிரகாஷ் (தமிழ் தீவிரன் ஹபி)

இராம ஹரி பிரகாஷ்

அரசுப்பள்ளியும், அமிர்தவள்ளியும்!

எதிர்காலத்து தாய்மார்கள் எங்கள் பள்ளியில் மூவாயிரம்!
இருப்பதோ மூன்று கழிவறை கட்டிடங்கள்..
சுத்தம் செய்யும் செல்லம்மாவுக்கு எப்போதும் மதியம்
மூன்று
மணிக்கே விடியும்!!

ஒரு மாதமும் எனை விடாய்!
இம்மாதவிடாய்!!
இயற்கை அளிக்கும் சரீர மாற்றம்!
வம்சம் விருட்சமாக ஒவ்வொரு திங்களும் ஐந்து நாட்கள்
தவம்!
இயற்கை உபாதை என்ன
கல்விக்கு எதிரியோ?!

ஈரைம்பது கணினி கொண்டும் குளிரூட்டும் வசதி
கொண்டும் கணினி ஆய்வக கட்டிடத்தை
திறந்து வைக்க திறம்படைத்த
கல்வி அமைச்சர் வருகிறார்!

இன்று மட்டும் காலையிலேயே விடிந்திருக்கும்
செல்லம்மாவுக்கு!

காணும் தரை எங்கும் மஞ்சள்
சிவப்பு வர்ணங்கள்!

காத்திரு கனவே

வருவோரை வரவேற்க எம்மகளிர் வண்ணமிட்ட கோலம்
இல்லை.. அவை அனுதினமும் யாம் பயன்படுத்தும்
மலசல கூடங்கள்..

நீட்டும், பல கேட்டும் இங்கே
முடங்கி விடுகின்றன என்பதை அனைவரும்
அறிவதெப்போது?
கணினி ஆற்றாதவொன்றை கழிவறை நிச்சயம் ஆற்றும்
என தெரிவதெப்போது?

சுத்தமான கழிப்பறை திறக்க கனவு காண்கிறேன்..
சுகாதார பணியாளர் மேலும்
சிலர் பணி நியமனம் செய்யவும் கனவு காண்கிறேன்..
அனுதினமும் மேற்பார்வையிட்டு எங்கள் ஆரோக்கியம்
மேம்படவும் கனவு காண்கிறேன்!!

நான்!!
அரசுப்பள்ளியிலிருந்து அமிர்தவள்ளி!

இராம ஹரி பிரகாஷ் (தமிழ் தீவிரன் ஹபி)

இராம ஹரி பிரகாஷ்

விடியாதோ விவசாயமே!

மண்ணுலகத்திற்கும்,
ஒவ்வொரு மனிதனுக்கும்
பொக்கிஷமாய் முளைத்தவனே
உழவன்!

ஆடம்பரத்திற்கும்,
அர்ப்ப விஷயங்களுக்கும்
ஆசைப்பட்டு உழைக்கும்
உழைப்பவனின் ஊதியமோ கடல் அளவு!

பசி ஆற்றி, நோய் நீக்கி
உடல் நலம் சீராக்கி
வாழவைக்கும் உழவனின்
ஊதியமென்ன தற்கொலையா?

வயிற்றுக்கு கஞ்சி ஊற்றும் வள்ளுவனை
கயிற்றுக்குள்ளும் கண்ணாடிக் குடுவைக்குள்ளும்
நுழைய விட்டு பார்த்துக் கொண்டிருக்கிறோமே!
நுனிக்கும் புத்திக்கும் புரிந்தும்
புறம்தள்ளத்தானே முட்படுகிறோம்
மனிதா புரிந்துகொள்!

காத்திரு கனவே

படைத்தவன் மட்டும்
கரம் கூப்பி வணங்குகிறவன் அல்ல!..
விதைத்தவனும் மண்டியிட்டு
வணங்கத் தகுந்தவனே!...

கஞ்சி ஊற்றும் உழவுக்கு நஞ்சு கொடுக்காமல்
வாழையடி வாழையாய் வாழ வையுங்கள்!
உழவன் உலகை ஆள வெகு தூரமில்லை
என் கனவுகளே!

குட்டிக்கவிதையாழினி மு. மாரிச்செல்வி

இராம ஹரி பிரகாஷ்

அக்னிப் பிரவேசம்

என் உறக்கம் கலைக்கும் கனவே!!!
என் உறக்கத்தைத் தொலைக்கின்ற
உன்னதக் கனவாய் நீ இரு...
கருப்பு வெள்ளை அணிந்த
நிறங்களற்ற கனவே!!!
நீ எனக்கு மட்டும்
வானவில்லைக் குழைத்தெடுத்து
வண்ணங்கள் பூசிச்செல் தினமும்...

என் இலட்சியக் கனவே!!!
தினமும் என்னைத் தொல்லைப்படுத்து...
என் தூக்கம் தொலைத்து
உன்னை நினைவாக்க...

என் கனவே!!!
நீ காத்திராதே!!!
காயங்களைக் கொடு!!!
ஆறுதலையும் கொடு!!!
கண் இமை கலை
இலட்சியம் விதை...

என் கனவே!!!
என் எண்ணங்களைப் பட்டைதீட்டி
திண்ணம் ஆக்கு...
இன்னும் தாமதமின்றி
பல வண்ணம் வீசு...

முனைவர் மு. துர்கா தேவி

என் கனவே!!!
நீ மறைந்து போகும்
கானலாய் இராமல்
பொங்கியெழும்
நீர் வீழ்ச்சியாய்
என்னில் பெருக்கெடுத்து
என்னை மெருகேற்று....

என் கனவே!!!
என் எண்ணங்களைப்
புதிதாய் படைப்பிக்கும்
நீயும் எனக்கு ஒரு பிரம்மனே!!!

என் கனவே!!!
சாளரக் காற்றால் சிறு சலனம் கொள்ளாமல்
நிலவொளியால் வசீகரிக்காமல்
இரவின் அமைதியால் அங்கலாய்க்காமல்
அனுதினமும் என்னில் அக்னிப் பிரவேசம் எடு!!!

முனைவர் மு. துர்கா தேவி

இராம ஹரி பிரகாஷ்

தமிழச்சியின் கனவு

காலையில் தினமும்
கண்விழித்தால்
கண்முன்னே
உன்னை காண்பேன் கனவே!
இரவின் உறக்கத்தை
இழக்க வைத்தாய்
என் கனவே!

கனவு! கனவு!
அது நனவாகும் நாள்
வெகு விரைவில்
என்று இதயம் துடித்ததே!

தமிழைப் படித்தால்
தரம் தாழும் என்றவர் முன்னே
வீர தமிழச்சியாய் எழ வேண்டும்
என்பதே என் கனவு!

தமிழ் தானே என்பார்
அயர்ந்து விடாதே..
தமிழ் தேனே என்று பார்
உன் தரம் உயரும்!

காத்திரு கனவே

உலகமே போற்றும்
உலக பொதுமறை
கம்பன், வள்ளுவன்
என ஈடு இணை இல்லா புலவர்கள்
தமிழின் துளி புகழ் இது!

தமிழென்னும் கடலிலே
மூழ்கி முத்தெடுப்பேன்
அது உறுதி..
அன்று,
ஏளனம் செய்தவர் எல்லாம் என்னை புகழ்வார்..
வீர தமிழச்சியின்
சபதம் இது!
விரைவில் இக்கனவு
நனவாகும்!

கவிச்செம்மல் ஆ. நித்ய கல்யாணி

இராம ஹரி பிரகாஷ்

உறக்கத்தில் என் ஆசை

ஆசை பல அடுக்கி வைத்து
வாழ்வில் உயர முன்னேறி
இலட்சியத்தின் இலக்கு நோக்கி
சாதனையை முன் வைத்து
வலிகளை தாங்கி கொண்டு
பாதைகளை கடந்து சென்று
ஏமாற்றங்களை ஏற்றுக் கொண்டு
உதாசினங்களை உதரிவிட்டு
அவமானங்களை அடையாளம் ஆக்கி
அடுத்த அடி எடுத்து வைத்தாலும்
அதிலும் தடங்கலானாலும்
தயங்காமல்,
உடைத்து முன் செல்லும்
கடின உள்ளம் கொண்ட
உயிர்களே வேண்டும் இந்த உலகில்
உண்மையாக வாழ!
என உறக்கத்தில் உலரினேன்..
நிஜத்தில் நான் இப்படி தான்
இருக்க வேண்டும் என
ஆசை பட்டதனால்!

நாமக்கல் செந்தில்

என்னவளின் வருகை

அகிலம்
முழுவதும் கார்மேகம்
சூழ்ந்திட...
இடியும், மின்னலும்
என்னவளின்
வருகையை பறைசாற்றிட
முத்து போன்ற மழைத்துளி
என்னவளின்
மேனியில் முத்தமிட
பூக்காத பூக்களும்
என்னவளின்
வருகையினால் பூத்து குழுங்கிட
பூத்து குழுங்கிய பூக்களின் வாசம்
அகிலம் முழுவதும் மணர்ந்திட
கண்கள் கண்ட கற்பனை கனவை,
கருவாக்கிட
காலம் முழுவதும் அவளின் வருகையை
எதிர்நோக்கி காத்திருக்கும்
என்னவளின்
கற்பனை காதலன்!

மா.மோக்கீஸ்வரன்

இராம ஹரி பிரகாஷ்

நினைவு(பூக்)கள்..

நாம் என்பவர்கள் பிணைக்கபட்ட
இயந்திரவாழ்க்கையில் இணைக்க மறந்த
நீ நான் ஆகவே இணையாமல்
நாங்கள் என்பதை எல்லாம்
நகங்கள் போல கலைந்துவிட்டு
யுகங்களில் உலாவுகின்றோம்!

உண்டு மகிழ்ந்து கண்டு பழகி
களிப்புற்று கழித்த நாட்களை எல்லாம்
கணினியின் கடவுசொல்லோடு
சேர்த்து பூட்டிவிட்டு
தொலைத்தவர்களை
தொடுதிரையிலும்
தேடுபொறியிலும் தேடிதேடி
திங்களையும் தொலைத்தோம்!

எட்டி தொடும் தூரத்தில்
இருந்த போதெல்லாம்
எட்டி உதைத்துவிட்டு
தட்டி தடுமாறி சென்றவர்களை
தடுக்க மறந்துவிட்டு
நித்தம் நினைவில் தவித்தே!

காத்திரு கனவே

பூவன்

உள்ளமது உணரா உறக்கத்தில்
தொலைத்த கனவுகளாகவே
இரவோடு இருளில் மூழ்கிய
இன்முகங்களை எல்லாம்
இன்னுமும் மறந்தபாடில்லை
இதயமும் ஓய்ந்தபாடில்லை!

இந்த இலக்கணங்கள் என்றாவது
இன்னிசை ஆகும் என்ற ஏக்கத்துடன்
தினம் பூக்கும் கனவுகளுக்குள்ளே
ரணம் கொண்ட நினைவுகளுடனே நான்!

பூவன்

இராம ஹரி பிரகாஷ்

எனது கனவு..!

வறுமை யென்றாலும் வசதியாக
என்னை வாழவைத்து!

தர முடியாதவைகளாக இருப்பினும்,
எனக்கு வாங்கி தந்து!

ருசிக்கான உணவு நான் உண்ணாவிடினும்,
பசிக்கான உணவை எனக்கு ஊட்டி மகிழ்ந்து!

மற்றவர்களை போல ஆடை அணியாவிடினும்,
மானம் காக்க மகிழ்வோடு நல்லாடை அணிவித்து!

அளவோடு செலவு செய்யகூட காசு கொடுக்காவிடினும்,
அளவற்ற அன்பு கொடுத்து,
அன்பினிலே என்னை அறவணைத்து அழகுப்பார்த்து!

கிடைத்த வேலைக்கு சென்று
கிடைக்கின்ற ஊதியத்தை கொண்டு
வீட்டிற்கு வருகின்ற அப்பா ஒருபக்கம்!

காட்டு வேலைக்கு சென்று
களைப்புடன் வீட்டுக்கு வந்து
வீட்டு வேலையும் செய்கின்ற அம்மா ஒருபக்கம்!

ஆம்..,
நான் இன்பத்தோடு வாழ குடும்ப சூழலினால்
என் பெற்றோர் துன்பத்தோடு வாழ்ந்தார்களே!
இதற்கு பரிசாக ஒருநாள், நல்லதொரு பணிக்கு சென்று
வறுமையோடு வாழ்ந்தது போதுமென்று
வளமையோடு வாழ வேண்டும் என்று கனவு
கண்டுள்ளேன்!

இக்கனவு இனிதாக ஒருநாள் நினைவாக மாற்றுவேன்!

ஏனென்றால்..,

இது நான் தூங்கும் போது வந்த கனவல்ல!
என் குடும்பம் துயரத்திலிருக்கின்ற
இந்நேரத்தில் எனக்குள் வந்த நிறைவேறும் கனவு!

நெல்லை சதிஸ்

இராம ஹரி பிரகாஷ்

விருப்பம் இதுவே!

உலகில் ஆரோக்கியமான வாழ்வு வேண்டும்
உலக மக்கள் ஒற்றுமையோடு வாழ வேண்டும்
இறையுணர்வோடு வாழ வேண்டும்
ஊழலற்ற ஆட்சி வேண்டும்
லஞ்சமற்ற நிர்வாகம் வேண்டும்
மனதில் மனித நேயம் பூக்க வேண்டும்
நினைத்தது நல்லபடியாக நடந்திட வேண்டும்
பெண் சுதந்திரம் வேண்டும்
அனைவருக்கும் கல்வி வேண்டும்
ராம ராஜ்யம் இந்தியாவில் வேண்டும்
விவசாயத் தொழில் சிறக்க வேண்டும்
அனைவரும் ஓர் இனம் என்ற எண்ணம் வேண்டும்
உலகில் பாரதம் தலை நிமிர்ந்து நிற்க வேண்டும்
போரற்ற உலகம் வேண்டும்!

கவிஞர் லலிதா ஷ்யாம்

வேட்கையின் வேலி!

கண்டவுடன் காதல் வயப்பட்டேன்!
என்னால் முடியுமா என்ற
கேள்விக்கே மறுபேச்சில்லாமல்
முன்னோக்கி முயன்றேன்!

எனக்குள் இருக்கும் உந்துசக்திக்கு உருவம் கொடுத்தேன்!
சுழன்று குதிக்கும் உன் சுழற்சியின்
சூட்சமத்தை என் சுண்டுவிரலில்
எட்டிப்பிடிக்க எத்தனித்தேன்!

வறுமையின் பசி என்னை வறுத்தெடுத்தாலும்,
வாட்டி வதைத்தாலும், வெட்டி வீராப்பாக
சற்று விவேகமாகவும், பார்க்கும் பந்துகளை எல்லாம்
பாய்ந்து விண்ணை நோக்கி பறக்க விட்டேன்!
பரவசமடைந்தேன்!

உனக்கு இது வேண்டாத வேலை, என்று பலர் எச்சரித்தும்,
உன்னை அடைவது ஒன்று தான் என் இலக்கு!
அதுவே என் வாழ்வின் கணக்கு!
என்று சத்தியப் பிரமாணம் செய்து,
அதை செய்து காட்ட துடியாய் துடித்தேன்!

எனக்குத் தெரியும், உன்னைச் சரணடைய
அவா மட்டும் இருந்தால் எதுவும் சாத்தியப்படாது!
சரித்திர நாவல்களும் எழுதப்பட்டது என்று!
இருந்தும் என்னுள் துளிர்விட்ட நம்பிக்கை என்னைத்
துவள விடவில்லை! விடாப்பிடியான என்
வேட்கைக்கு வாக்களித்தேன்!

ஒரு நாள் இல்லை என்றாலும் ஒரு நாள்..
என் தீரா ஆசை எட்டுத்திக்கும் ஆர்ப்பரிக்கும்!
என் கனவு மெய்ப்பிக்கும்! இதைக்கண்டு ஊர்
உலகமெல்லாம் மெய்சிலிர்க்கும்!

கனவே கலையாதே! கனவே காத்திரு!
கனவுச் சங்கிலியை எண்ணி கவலையடையாதே!
போகும் பாதையில் முட்புதர்கள் முட்டுக்கட்டை போட
தான் செய்யும்!
ஏறி மிதித்து விடு! வலிக்கத்தான் செய்யும்!
வேறு வழியில்லை! வலுவிழந்து விடாதே!

வாய்ப்பு ஒரு முறைதான் வரமளிக்கும்!
வண்ண ஒளி வீசும்!
இறுகப் பற்றிக்கொள்! இரக்கம் காட்டாதே!
இறங்கி பார்த்துவிடு!
நடந்தால் போதும்! நடுக்கம் வேண்டாம்!
வாகை சூட வேண்டாம்!
விண்ணை வணங்கிவிட்டு
வந்தாலே போதும்!

பா.கவுசிகா (பார்கவி)

என் நாடு

இலையும், செடியும்,
கொடியும், நிலவும்,
மலரும், மனமும்,
நிறமும், இசையும்,
ஒருங்கே கலந்த உருவாய்,
மனிதமும், மனிதநேயமும்,
குடிக்கொண்டு
உண்ண உணவும்,
உறங்க இடமும்,
கனவில் மொழியும்,
வாழ்வின் அமைதியும்,
செல்வமும், செழிப்பும்,
ஒருவனுக்கு மட்டும் அல்ல!
உயிர் வாழும் உயிர்கள்
அனைத்திற்கும் கிடைத்தல் வேண்டும்..
அனைவரும் சமம் என்று
உணர வேண்டும்..
இல்லாமை இல்லை
என்ற நிலை மாற வேண்டும்..
என்றும் என் நாடு செழித்து வளர வேண்டும்!

லோ.சந்தியா

இராம ஹரி பிரகாஷ்

நீங்காத கனவுகள்

பருவத்தோடு முடிந்த பள்ளி
கனவோடு முடிந்த கல்லூரி
பதக்கங்களோடு முடிந்த போட்டி
பாதைகளோடு முடிந்த பயணங்கள்
பரிசுகளோடு முடிந்த காதல்
பழக்கங்களுடன் முடிந்த நட்பு
ஏக்கங்களுடன் முடிந்த எதிர்பார்ப்புகள்
ஏமாற்றத்துடன் முடிந்த தோல்விகள்
எண்ணியதோடு முடிந்த எழுத்துக்கள்
நினைவோடு முடிந்த நிஜங்கள்
நிறைவேறாமல் முடிந்த நித்திரைகனவுகள்
உள்ளத்தோடு உறங்கிய உணர்வுகள்
மழையோடு முடிந்த மண்வாசனை
இவை யாவுமே அனுதினமும்
உள்ளூற முனகல்களுடனே
நித்தம் நிகழ்கால நிழலில்
நினைவுகளை தேடுகின்றேன் நான்!

பூவன்

காற்றில் ஒரு காதல் காகிதம்

சொல்லில் அடங்காத
மொழிக்கத் தெரியாத
பேச்சினால் இனங்காத இனக்கம்
எண்ண முடியா மாற்றத்தின் அச்சம்
யாவையும்
உனது கூர்முனையால் தழுவி
எந்தன் கொள்ளை கொண்ட
இருதயத்திற்கு கருவியாகி
என் உணர்ச்சிமிக்க வாக்கினை
உந்தன் முனைப்புடன்
உயர்த்தெழுகச் செய்து
எந்தன் காதலைப் பூர்த்தி செய்ய
வடிவம் கொடுத்து
ஒப்புமைப் பாராட்டி
தூரிகை கொண்டு பற்பல வண்ணங்களை திரட்டி
அவளின் அழகிற்கு ஈடாய் ஒப்பனை செய்து
ஆகச் சிறந்த படைப்பாய் செதுக்கி
உந்தன் மையினை கொண்டு
மெழுகாய் கரைந்து
அவள் இமைதனில் இக்காகிதம் சூழ
எந்தன் கேள்விக்கான விடையினைச் சமர்ப்பிக்க
ஒளிவு மறைவின்றி சம்மதம் மொழிப்பாயோ!
அவையாவும் எந்தன் வாழ்வில் கரம்கோர்க்க!

ப.ஹரிணி

தளிர்விடும் ஆசைகள்

அகிலமெல்லாம்
அலைந்து திரிய வேண்டுமென ஆசை

இருளின் துணையோடு உலகையெங்கும் உல்லாசமாக
சுற்ற வேண்டுமென ஆசை

பயணத்தில் போதை கொண்ட எனக்கோ,

எல்லையில்லா இவ்வுலகத்தை எல்லை கடந்து
பயணத்தில்
ஈடுபட வேண்டுமென ஆசை

வாய்மொழிகளை தவிர்த்து உணர்வின் மொழிகளை
தன்னையறிமால்
ரசிக்க வேண்டுமென ஆசை

வார்த்தைகளால் விவரிக்க முடியாத உணர்வுகளை
உணர வேண்டுமென ஆசை

சிந்தனைகளை எழுத்துக்களால்
சிதற விட வேண்டுமென ஆசை

உயிரில்லா வார்த்தைகளுக்கு உணர்வுகளால்
உயிரூட்ட ஆசை

வாழ்வின் அர்த்தங்களை
புரிந்து கொள்ள ஆசை

காத்திரு கனவே

உணவின் சுவைகளை தெகட்டாமல்
சுவைத்துணர ஆசை

சமூகத்தின் கட்டுப்பாடுகளுக்கு சிக்கிகொள்ளாமல் என்
கட்டளைப்படியே
நான் இயங்க வேண்டுமென ஆசை

ஆசைக்கு மட்டும் எல்லையுமில்லை, கட்டுப்பாடுகளும்
இல்லை.

ஆசைப்படுபவனுக்கே எல்லைகளும், கட்டுப்பாடுகளும்!

இந்த ஆசைகளே கனவுகளாகின்றன

கனவுகளே ஆசை ஆகிவிடுகின்றன!

க.பானுபிரியா

இராம ஹரி பிரகாஷ்

கானல்நீரான கனவுகள்

கட்டிட தொழிலாளியின் மகளும்
கல்வியில் சிறக்கலாம்
என்ற தன்னம்பிக்கை!

குடும்பச்சுமையைத் தோளில் தூக்கும்
காலம் வெகுதூரமில்லை
என்ற அச்சம்!

கடின உழைப்பிருந்தால் உயரமான
மலையும் சிறுங்குன்று
என்ற விடாமுயற்சி!

தோல்வி கண்டு தளராமல்
தைரியமாகப் போராடு
என்ற துணிச்சல்!

இறுதி நாட்களில் இருவரையும்
இமைக்குள் பாதுகாத்தல்
என்ற பொறுப்பு!

வாழ்க்கையில் சாதிக்க சாதியென்றும்
ஒரு தடையில்லை
என்ற விவேகம்!

காத்திரு கனவே

நுழைவுத் தேர்வென்ற நுண்ணுயிரி
தமிழகத்தைத் தாக்க
மரணத்தை மருந்தாக்கினாள்!

சினங்கொண்டு சீறிய சமூகத்தினரின்
போராட்டமும் ஆர்ப்பாட்டமும்
ஜிமிக்கிகம்மல் வரும்வரையே!

சமநிலையடைய சாமானியனுக் கெதிராக
எழுந்த தேர்வினால்
கானல்நீரான கனவுகள்!

ரா.சி.லோகேஷ்வரன்

இராம ஹரி பிரகாஷ்

நினைக்கத் தெரிந்த மனமே..

சாலையோரம் நின்றிருந்த வேளையது
ஒரு அழகான மாலைப்பொழுது,
தென்றல் என வந்தக் காற்று
சற்றே சீண்டிச் செல்ல...

மனதுக்குள் கருக்கென்ற எண்ணம் தோன்ற,
தேவலோக சிலையென எண்ணி நானும் நிற்க,
நெருங்கும் ஒவ்வொரு நொடியும்
திக்திக் திக்திக்..
சிலையென்று நான் நினைக்க,
அவனோ கண் சிமிட்டிப் புன்னகைக்க...

சட்டென சாலைப் பூஞ்சோலையாய் மாறியது,
நின்றிருந்த மனிதரெல்லாம் பூம்மரமாய் மாறினர்,
இதுவரை கனவிலும் காணாத காட்சி எல்லாம்,
ஆசைகளாய் துளிர் விட்டது!!!

ஆறடியில் வந்தான் ஆண்மகன்,
ஈர்க்கும் விழிகளையும், மயக்கும் சொற்களையும்
தெளித்து...
சின்ன சின்ன ஆசைகள்
என்னுள் எட்டிப் பார்த்தது..

பால் நிலவு ஒளி வீச அவன்
கரம் பிடித்து கதை பேச ஆசை
சூரியனை சிறைப்பிடித்து இரவை
நீளச் செய்ய ஆசை

காத்திரு கனவே

கொட்டும் மழையில் அவனுடன்
கை கோர்த்து நடந்து செல்ல ஆசை,
அதிகாலை என் வீட்டுத் தோட்டத்தில்
அவனுடன் நின்று பறவைகளின்
இன்னிசையை கேட்டு மகிழ்ந்திட ஆசை
சிக்காத பட்டாம்பூச்சியை பிடித்துக்
கொடுக்கச் சொல்லி அடம்பிடிக்க ஆசை

இரவு என்னவன் வருகை எண்ணி
வாசலில் தவம் இருக்க ஆசை
வீடு வந்ததும் காணாது
தவித்த ஏக்கம் தணிக்க
நெற்றி முத்தம் கொடுத்திட ஆசை
கவலையெனும் நேரத்தில்
துணைநிற்க ஆசை,

கஷ்டம் வரும் காலத்தில்
என் தோள் கொடுக்க ஆசை
எனக்காக மட்டுமே துடித்திடும்
அவன் இதயத்துடிப்பை உணர ஆசை

ஆசைகள் பேராசைகளாக
உருமாறிக் கொண்டிருக்க,
சூரிய தேவன் கதிர்கள் வழியே
குறுஞ்செய்தி அனுப்பினார்..
கண்விழி மகளே என்று!

சுபஸ்ரீ ஆண்டமுத்து

சின்ன சின்ன ஆசை

அழகான கற்களால் கட்டப்பட்ட
சின்னதொரு வீடு, இரண்டு அறைகளுடன்...
அளவான பண்டபாத்திரம்,
வீட்டின் தளத்திலும், சுவர்களிலும் ஆங்காங்கே நெல்லிக்
கோலம்,
மூங்கில் நாற்காலி நான்கு, ஒரு மேசை, வேலை முடித்து
வீடு திரும்பியதும் காற்றாற வாசலில் அமர்ந்து
இளைப்பாற இரு பக்கமும் திண்ணை...

வீட்டின் முன்பு நன்றியுள்ள ஒரு நாய்,
வலதுபக்கம் மரத்துடன் கூடிய கிளிக்கூண்டு,
இடதுபக்கம் தாணியத் திண்ணி கிளிகளுக்கான கூண்டு,
எட்டு அடி தள்ளிப் புறாக் கூண்டு,
மன அமைதிக்கு வண்ண மீன்த் தொட்டி,
இரண்டு பசு, இரண்டு காளை மற்றும் கன்றுகள்...
மூன்று அல்லது நான்கு ஆடுகள்,
ஐந்து கோழிகள் , மூன்று சேவல்கள் மற்றும் பத்துக்கும்
மேற்பட்ட குஞ்சுகள்!!!

மா, பலா, வாழை, தென்னை, கொய்யா, மாதுளை,
எலுமிச்சை, மற்றும் தடுப்புச்சுவர்களாக படர்ந்த கீரைச்
செடி, கொடிகளுடன் ஒரு கருவேப்பிலை மரம்,
வாசலில் ஒரு ஊஞ்சல்...

காத்திரு கனவே

இரண்டு, மூன்று ஏக்கர் நிலம், அதில் பயிரிட கம்பு,
சோளம், காய்கறிகள்!!!
வீட்டின் முற்றத்தில் ஒரு கிணறு, தண்ணீர் எடுக்க
வாளியுடன்...

மல்லி, பன்னீர் ரோஜா, முல்லை, செவ்வந்தி, செம்பருத்தி...
செல்வ மகளுக்குச் சூடி அழகுபார்க்க!!!

பம்பரம், கோலிகுண்டு, கிரிக்கெட்
மட்டை மற்றும் பந்து,
செல்ல மகனின் கைப்பிடித்து
ஓடியாட!!!

நிம்மதியான அழகும் அமைதியும் நிறைந்த வாழ்க்கை...
வேறென்ன வேண்டும் இதை விட!!!

சுபஸ்ரீ ஆண்டமுத்து

அ.கீர்த்தனா அறிவழகன்

வாகை சூடவா

துயிலிலும் விந்தைமிகு
கற்பனைக்கு எல்லையில்லை
சாதனை கோப்பையை பிடிக்க
மனமோ ஏங்குதடி!
உனை சேரும் மேனாளை
எண்ணி உள்ளமோ உருகுதடி!
காத்திருந்த என் விழிகளோ
கடலாக மாறுதடி!
கனவுக்குள் மூழ்கிய நீலக்கடல்
அலைகளோ என்னை இழுக்குதடி!
நீந்தி பழக்கமில்லா கடலதில்
கனவுகள் வட்டமாய் செல்லுதடி!
கரை தொடும் நேரமும் தூரமில்லை
உனக்காக காத்திருப்பதும்
சுக வேதனை தானடி!
சிறிது காலம் பொறுத்திரு
விரைவில் உன்னை எட்டி விடுவேன்
எந்தன் கனவே!

அ.கீர்த்தனா அறிவழகன்

காலத்தின் கலங்கரை

ஓராயிரம் முறை உன்னை நினைத்து
உள்ளம் ஏங்கியதே!
கனவில் கண்ட கலைவண்ணமே!
காலத்தில் வந்த கலைச்செல்வமே!
நீ வந்து சேர்ந்த கணம் முதல்
உனக்காக தேடுகிறேன் என்னை...
நொடிப்பொழுதும் உன் நினைவுடன்
ஏற்கிறேன் வலிகளை!...

எட்டாக்கனி என்று வருந்துகிறேன்,
ஏட்டிலும் நீ பாட்டிலும் நீ என்று
எழுதுகிறேன்...
இன்று உன்னையே
முழுமனதுடன் ஏற்கிறேன்...
முழுவீச்சாய் இறங்குகிறேன்...
நீ என்று உணர்ந்த பொழுதிலிருந்து
மனம் அலைபாயுதே ஆர்ப்பரிக்குதே
உன்னை அடைய!..

இராம ஹரி பிரகாஷ்

இந்திரலட்சுமி. இ

காலமெனும் வீரனுடன்,
காலனை துரத்தியடிக்க!...

ஓராயிரம் தடைகள்!
வலியிலும் வாழ்க்கை!
வழியெங்கும் நீ!
பார்த்த இடமெல்லாம்
பரவசமடைய உன்னையே
வேண்டுகிறேன்,
என் கனவே!

இந்திரலட்சுமி. இ

மனதிலுள்ள ஆசைகள்

வாழ்வில் பல இன்னல்கள்
கடந்த பல சவால்கள்!
தேடும் சில உறவுகள்
வலிகள் நிறைந்த நிமிடங்கள்
இதுவே என் வாழ்க்கை..

தந்தையை இழந்தேன்
வலியை சுமந்தேன்
கண்ணீரில் மூழ்கினேன்
காதலை மறந்தேன்
உயிரை நெஞ்சில் சுமந்தேன்..

வேதனைகள் பல சுமந்தேன்
தடைகள் பல கடந்தேன்
சாதனைகள் சில புரிந்தேன்
எழுத்தாளராய் தொடங்கினேன்
இன்னும் ஓடி கொண்டிருக்கிறேன்..

என் இலட்சியத்தை நோக்கி
என் கனவை தேடி
எழுத்தாளர் என்ற அங்கீகாரம் அடைவதற்கு
தவிக்கும் என் இதயம்!

மு. ஹர்ஷினி

காதல் கனவே!

நினைவாதிக்கத்தால்
நிம்மதி இழக்குமுன்
நிஜமாய் வந்துவிடு
நீயாகிய நான்!
நெஞ்சம் மன்றாடும் நித்தம்
உனைதேடும் படலம்!
உன் கணைகொண்ட
பார்வையினால் என் இணைகொண்ட
வாழ்க்கையினை உணரப்பெற்றேன்.
சொல் வேதம் நான்கனைத்தும்
சொல்லாத சொந்தமடா நீ எனக்கு,
சொல்லவே முடிந்தாலும் பார் உலகம்
பார்க்காத பந்தமடா நீ எனக்கு!
பக்குவமாய்ப் பார்த்து நிற்கும் பணிவாகத்தானிருக்கும்
பதியாய் போனாலும் பக்தையாகவே நானிருப்பேன்!

மைத்ரேயி

கனா காணும் காலம்

துள்ளித் திரியும் பருவத்தில்
துளிர் விட்ட கனவுகள்
துயரப்பால் உண்டு துயில்கொள்ளும்
அன்னைமடி அறியா தேவதையை
தத்தெடுத்து வளர்க்க வேண்டும்!

சாலையோர நண்பர்(நாய்) கூட்டங்கங்களுக்கு
சலிக்காமல் சாப்பாடு போட்டு
சாக்கடை நீரிலும்,
சாலை விபத்திலும் - அவை
சிக்காமல் பாதுகாக்க வேண்டும்!

கடல் மணலில் விளையாட்டாக
கட்டிய கனவு வீடு - அதை
காதல் கணவன் கைகோர்த்து
கடனாளி பட்டம் வாங்காமல்
கட்டி முடிக்க வேண்டும்!

எத்திசை சென்றாலும் இனிய தமிழ்
காதில் ஒலிக்க வேண்டும்
என் உயிர் உள்ளவரை
தமிழ்ப்பால் அருந்தி கவியெழுதி
கவி விருந்து படைத்திட வேண்டும்!

நந்தினி

இராம ஹரி பிரகாஷ்

உன் விழி காண என் வழித்தேடல்

தொலைவினில் நீயோ தொலைந்து கொண்டே
இருக்கிறாய்..
தொலைந்து கொண்டே இருக்கிறேன் நானோ உன்னிலே!
உன் விழிகளைக் காணவே இமைக்கும்
என் விழிகளுக்கு என்ன பதிலை நான் கூறுவேன்?
இமை அருகே நீ இல்லை ஆதலால்,
இமைகளும் மறந்தனவே இமைத்திட!
விழிகளும் மறந்தனவே நீ கடந்த வழித்தடத்தை
வலியாய் வலிக்கிறதே.. அது என் இதயத்தடத்தில்
என் விடியற்காலையும் விடியாமலேயே மங்குகிறதே!
என் விழிகளினால் உன் விழிகளை காணாததினால்
என் அருகில் நீ இருந்த பொழுது தராத புதுவித
உணர்வுகளைத்
தொலைவிலிருந்து நீ தந்து கொண்டே இருக்கிறாயே!
உன்னை காண என் தேடலை தொடங்க தூண்டுகிறாயே!!
எல்லா தருணங்களிலும் உன்னை மட்டுமே தேடும்
என் விழித்தேடலில்
என் விழிகளின் முன் எப்போது நீ கிட்டுவாயோ?
உன்னைக் காண உன்னை மட்டுமே காண நினைக்கும்
என் கனவினை நீ எப்போது நிறைவேற்றுவாயோ?
என் விழிகளின் முன் நீ வந்து
என் தேடலுக்கு முற்றுப்புள்ளி ஒன்றினை வை!!!

ரா. சே. தமிழ் செல்வி

என் கனா உலகம்!

விழிமூடி உறங்கும் நேரம் என்னுடன் பயணத்தை துவங்கி
அதிகாலை மறையும் இருளின் முன்னே கறையும்
வெண்மேகமாய் கலைந்து செல்லும்
மாயம் நீயே...!
உன் பிடியில் சிக்கிய என் இரகசியத்தின் வாத்தியார் நீ....!
உன்னுள் புதைந்த காலத்தின் நினைவுகளாய் ஒரு
பாதுகாப்புபெட்டகம் நீயே...!
இருப்பது என்னவோ உறக்கத்தில் என்றால் நிஜமாக
வாழ்ந்து கொண்டிருப்பேன் கற்பனை நிறைந்த உன்
உலகத்தில்...!
செல்ல முடியா உலகம் தான்!
தனிமனிதனின் தனி உலகம்தான்!வேறுயாரும் கூட
எட்டிப்பார்க்கா இரகசிய உலகம்தான்!
வேறென்ன நீ என்னும் என் கனா உலகம் தான்...!
சோகத்தை மறைக்க உறக்கத்தை நாடி உன் உலகில்
வாழும் சிறுமணித்துளி கூட என்னையறியா
புன்னகையில் குளிரவைக்கும் உன்னை நான்
என்னவென்று சொல்ல...!
பயணித்த சில காட்சிகளே இன்னும் நிஜத்தில் இல்லை!
பல பயணங்கள் இருப்பில் வைத்து உன்னோடு
பயணிக்கும் எதிர்பார்ப்பில் தயாராகும்
உன் உலகிற்கு சொந்தக்காரி...!

தர்ஷினி

வீரிய விதைகள்

சாதிகள் சாயட்டும்
மதங்களை மீறிய
மனிதமே இங்கு
வாழட்டும்!

பெண்ணியம் ஓங்கட்டும்!
பெரியாரின் கொள்கைகள்
மண் மீது
வாழட்டும்!

நூலின்கூர்மை இருக்க
வாலின்கூர்மை எதற்கு?
எனவே நூலகங்கள்
கூடட்டும்!

அநீதிகளுக்கு எதிரான
மௌனம் உடைத்து
மனிதம் மண்மீது
வாழட்டும்!!

என் கனவுகளை
எல்லாம் விதைகளாய்
விதைக்கவே நான்
விரும்புகிறேன்..

மணிராஜ். பா

நிலைபெறும் கனவே

காலையில் கண்ணில் பட்டு மறைகிறாய்!
கனவில் என்னைத் தொட்டுச் செல்கிறாய்!

எனையாளுவாய் என அள்ளிக்கொள்கிறேன்
கதையாவும் எனத் தள்ளிப்போகிறாய்..

மனமெங்கும் உனக்கெனக் கோவில் செய்கிறேன் -
வெறும்
கனவென்று எனைக் கண்டு கோவம் கொள்கிறாய்!

உலகையாளும் ஆற்றல் கொண்டவன்
உனது ஒற்றைப்பார்வையில் ஆடிப்போகிறேன்!

நினைவில் என்னை மறுக்கிறாய்..
நனவில் என்னை வெறுக்கின்றாய்!
மனதில் என்னைத் தரிக்கின்றாய்..
கண்ணால் என்னை எரிக்கின்றாய்!

ஆண்டுகள் ஆயிரம் ஆனாலும்,
எனை நீயும் மறந்துப் போனாலும்
ஓயாத அலைகள் அலைமோதும்
ஓய்யாரக் கடலன்னைக் கரையோரம்
மையிட்ட கண்மணி உன் விழியோரம்

இராம ஹரி பிரகாஷ்

விஞ்ஞானம் சொல்லா விந்தைக் காதலோடும்
அஞ்ஞானம் கொண்ட அடியேன் என்னிடம்
நீ ஓடிவந்து சேரும் அந்நேரம்
முத்துகள் குடிகொள்ளும் உன் காலோரம்
என்னையே அறியாமல் பதியும் என் பார்வையாவும்
அமைதி களைந்துக் காதலுரைக்கும் பொன் நேரம்
அச்சமுற்று எழுகிறேன் அதிகாலை வசம்!

என் கனவுக்காவியத்தின் மங்கா மகாராணியே - உன்
கால் மணிக் கொழுசுக்கு மயங்கும் என் ஆவியே!

காலம் காலமாய் குடிகொள்கிராய்
காதல் திறந்து என்றென்னைக் கரம்பிடிக்கப் போகிறாய் ?

மெய்யென்றால் உண்மைக் காதலெனக் கொள்வேன்
பொய்யென்றால் அழகிய கவிதையெனச் சொல்வேன்!

தமிழ்ச் சேவகி த. சிந்துகவி

கவிஞன் கனவு

கலைப் புத்தகம் எழுதுகிறேன்
புதிய காலை பிறக்கும்மென்று!
காலை மட்டுமே பிறக்கின்றன
காகிதங்கள் எல்லாம் பிழையாக!

கவிஞன் என்று ஆவேன் என்று
கனவெல்லாம் கலைந்தோட,
படைப்புகள் மட்டும் உருமாறியது
பட்டியல் எல்லாம் பட்டினியாக!
பாதி வாழ்வு மறைந்தோடிடுமோ?

பாதி கனவு பாழாக
மீதி கனவும் கனவாகுமோ?
என்று
கவிஞன் கனவு ஒருநாள்
நினைவாகும் என்று கனவுகள்!?

மீண்டும் காகிதப் பிழைகள்!
மீண்டும் மீண்டும் வந்தாலும்
என் காகிதம் வரலாறாகும்
என்று எழுதுகோளுடன் என் வாழ்க்கை!!!

ஶ்ரீதர். ரா

இராம ஹரி பிரகாஷ்

வசந்தங்களை தேடியே...

எத்தனையோ முறை
எல்லாம் என்னில் தோன்றியது
எண்ணியதோ எண்ணில் அடங்காதது
எழுத்துகளிலும் அடங்காதவை அவை!

எட்டி தொடமுடியாத வானத்தை
கட்டி இழுத்த கனவு நேரங்கள்
முட்டி மோதிய முணுமுணுப்பு எல்லாம்
கட்டி வைக்கமுடியாத கனவுகளோடு
தட்டி பறிக்கபட்டவை அவை!

நெடுந்தூர பயணங்களில் எல்லாம்
தொடமுடியாத தொலைவில் மனதை
தொட்டுப்போன தென்றல் அவை!

தொட்டவுடன் சிலிர்த்து
பட்டவுடன் துளிர்த்து நிற்கும்
பசுமை விசும்பல்களை
அள்ளி பருகும் முன்பே
கொள்ளியாக கோடிகளில்
முளைத்த கட்டிடங்கள்
பல்லை காட்ட தொடங்கின!

பூவன்

பதைத்து எழுந்தபோது
படிக்கட்டு தயாராக இருந்தது
பாதையில் தள்ளிவிட்டு செல்ல!

வழி பயணத்தில் மட்டுமல்ல
வாழ்க்கை பயணத்திலும்
வழி(லி)யோடு முடிந்த
வசந்தங்களை தேடியே நான்!

பூவன்

மீளா வினை

மனிதனாய் பிறந்த அனைவருக்கும் கனவு இருக்கும்..

மனிதனாகப்பட்டவனுக்கு நாளும் ஒரு
கனவு தான்!

நேற்று ஒரு கனவு
இன்று ஒரு கனவு
நாளை ஒரு கனவு - ஏன்
நிமிடத்திற்கு ஒரு கனவு என
கனவுகள் நீளலாம்..

சிலருக்கு நிறைவேறும்!
பலருக்கு நினைவாகவே இருக்கும்!!

இதில் என் கனவு
வாழ்வின் மிக முக்கியமான தருணங்கள்
மீண்டும் வராதா என ஏங்கும் கனவு!

நான் பட்டம் பெற்றபோது
என்னை வளர்த்த என் தாத்தா
பெருமையோடு
என் அருகில் நின்றுகொண்டிருந்தார்!!

காத்திரு கனவே

இன்றோ
என் முதுகலை பட்டவிழா
கல்லூரி நிரம்ப நண்பர்களுடைய பெற்றோர்கள் வந்து
குவிந்த வண்ணம்
ஆயிரக்கணக்கான கூட்டத்தில்!!

இறந்த என் தாத்தாவின் வருகைக்காக
நுழைவாயிலை எதிர் நோக்கி கண்ணீரோடு காத்துக்
கொண்டிருக்கும்
என் கனவு ஒரு
கானல் நீர்...!

கு. கவிப்பிரியா

இராம ஹரி பிரகாஷ்

அந்தரங்க கனா

காரிருள் மையம் கொட்டித்தீர்த்த மாரி..

சொட்டுச் சொட்டாய்..
வறண்ட விழிகளில் கனத்த மனதுடன் இமையிரண்டும்
இதமாய் முத்தமிட்டுக் கொண்டு கண்ட சொப்பனமாய்
ஒரு
அந்தரங்க கனா
ஆணும் பெண்ணும்
சமம் பாராட்டும் கள்ளிப்பாலால்
பெண் சிசு குளிப்பாட்டா இருபாலருக்கும் பாலமுதூட்டும்
ஒரு கனா..

ஆகச் சிறந்த கவிஞன்
பெண் விடாயையும் மகப்பேறின் உதிர வலியையும் தன்
எழுத்தாணியின் மைக்கொண்டு
சிதற வைக்கும்
ஒரு கனா...

பெண் அடக்கத்தை அவள்
அங்கத்தில் காணாத
பெண் மொய்க்கும்
ஒரு கனா...

மகனுடன் செல்லும் தாய்..
தந்தையுடன் செல்லும் மகள்
மகளின் கைப்பிடித்து நடக்கும் தகப்பன்
காற்று புகாமல் கட்டி அணைக்கும் காதலர்
தனிமையில் பயணம் கொள்ளும் தனி அம்மாக்களின்
பெண்மைக்கு கைகொடுக்கும்

காத்திரு கனவே

ஒரு கனா...

கருக்கணம் கானா
மலடித் தாயை
வாய் நிறைய அம்மா என்றழைக்கும் பிள்ளையாய் மாற
ஒரு கனா....

முறுக்கிய மீசையில் முடங்கிய பெண்மைக்கு புது முகப்பு
எழுத்து எழுதிப் பார்க்க
ஒரு கனா..

பால் வற்றிய
ஏழைத் தாயின் முலைகளில்
தாய்ப்பாலைத் தாரைவார்க்கும்
ஒரு கனா..

எனது அவண்ணத் தூரிகையால் உலகின் கடைசிக்
கைம்பெண் வரை சாயம் தெறிக்க விட்டு அவளை
அலங்கரித்து அடையாளப்படுத்தும்
ஒரு கனா...
பெண் வனப்பில் குழந்தை என்றும்
குமரி என்றும்
சலனம் கொள்ளா ஆண்மகனுடன் கைகுலுக்கி
உரையாடும்
ஒரு கனா..

குழந்தையின் துயில் களைத்து
ஆண்மை ஆணவம் கொள்ளா அண்ணன், தம்பி, அப்பா,
மாமாவுடன்
நெடுந்தூரப் பயணத்தில் நம்பிக்கை இரவு கடக்க ஒரு
கனா...
பிஞ்சு வதம் செய்யும் காமுகன்களின்
உயிர்க்கொடி அறுத்து என் குட்டிக் கண்ணம்மாக்களுக்கு
குருதித்திலகம் இடும்
ஒரு கனா...

இதுவரை அனுமதியின்றி என்
அந்தரங்க கனவை ஆவலுடன் எட்டிப் பார்த்த
அனைவருக்கும்
இதோ என் அந்தரங்க கனாவின்
இரு துளிகள்!

ஜெ. அர்ச்சனா

***